MỤC LỤC

HÌNH BÌA: THE MUSE

Acrylic on Canvas 24" x 24"
Hồng Khắc Kim Mai

MẮT MẦU NÂU

First edition. July 1, 2026.

Written by Hồng Khắc Kim Mai.

hồng khắc kim mai

mắt mầu nâu

MẮT MẦU NÂU

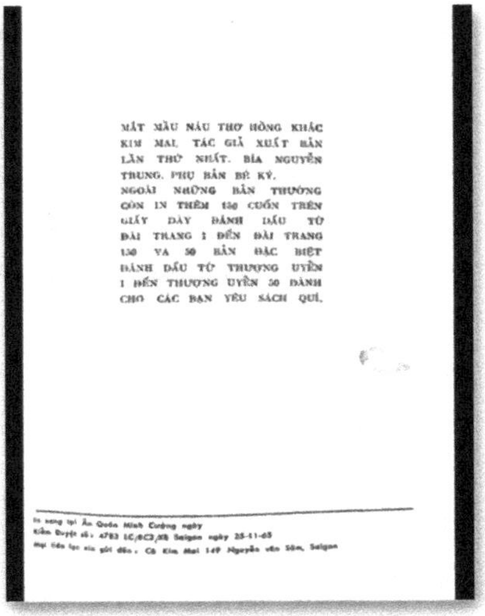

MẮT MẦU NÂU THƠ HỒNG KHẮC KIM MAI. TÁC GIẢ XUẤT BẢN LẦN THỨ NHẤT. BÌA NGUYỄN TRUNG. PHỤ BẢN BÊ KÝ.
NGOÀI NHỮNG BẢN THƯỜNG CÒN IN THÊM 150 CUỐN TRÊN GIẤY DÀY ĐÁNH DẤU TỪ ĐÀI TRANG 1 ĐẾN ĐÀI TRANG 150 VÀ 50 BẢN ĐẶC BIỆT ĐÁNH DẤU TỪ THƯỢNG UYỂN 1 ĐẾN THƯỢNG UYỂN 50 DÀNH CHO CÁC BẠN YÊU SÁCH QUÍ.

In xong tại Ấn Quán Minh Cường ngày
Kiểm Duyệt số: 4783 LC/BC2/XB Saigon ngày 25-11-65
Mọi liên lạc xin gửi đến: Cô Kim Mai 149 Nguyễn văn Sâm, Saigon

Thơ, 1965, gây được tiếng vang lớn trong giới trí thức tại Sàigòn. Năm 1975, thi tập MMN bị Ủy Ban Quân Quản Thành phố Hồ Chí Minh ra lệnh tịch thu và cấm lưu hành trên toàn cõi VN, vì đó là sản phẩm đồi trụy của chế độ Mỹ Ngụy.

NGUYỄN VĂN TRUNG

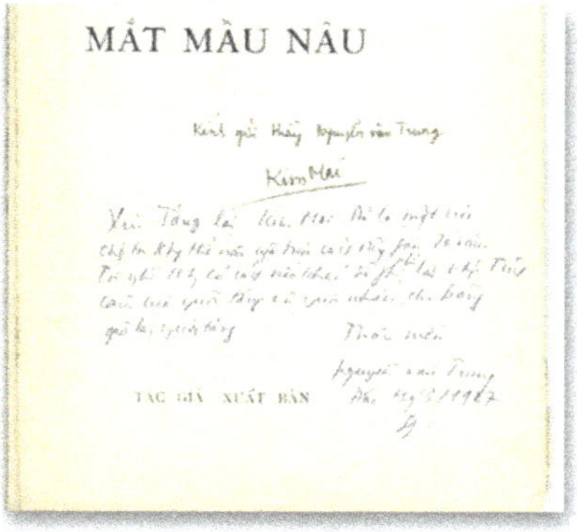

Năm 1987, Ông Nguyễn Văn Trung (Giáo Sư Triết trường Đại Học Văn Khoa Saigon, và là tác giả của nhiều khảo luận "Nhận Định", "Ca Tụng Thân Xác"), khi nghe người em của HKKM đi Nhật, đã gửi gắm cô ấy lén lút đưa tập thơ MMN ra nước ngoài. Vì bận rộn ổn định đời sống mới tại Nhật, mãi đến năm 1994, cô em mới nhớ để gửi cuốn thơ cho HKKM.

Muôn vàn cảm tạ GS Nguyễn Văn Trung, người đã trao tặng lại con tôi cho tôi, trong một hoàn cảnh đau thương.

HKKM

TRÙNG TRÙNG

Ngọn gió đông buốt da như kim châm. Trùng trùng một vòng vây. Từ bốn phương trời xa xăm ai có về nghe những cánh đồng thanh Xuân rộn chín rừng mây... Và ân ái, và sảng khoái, và cuồng nộ. Đốt đuốc tìm ai trong mộ, xem lửa cháy xém một đời thơ.

Mắt ròng ròng giọt lệ sầu bi. Xoải cánh bay trong nghìn thu. Bóng chim tuyết. Chim tuyết bơ vơ trên trời cao đêm trăng lu. Lênh đênh linh hồn ta như hoang vu đi trong hoang vu. Như vô tận thu thu trong sương mù. Trường giang dậy sóng xô ta đi về đâu.

Đêm nay hãy cùng ta cất chén mê say, mặc cho vòng lửa bốc. Sóng thần cùng ta nhảy múa. Cột trời cao ngất. Nghiêng nghiêng sông núi nhìn ta lõa thể. Ánh trăng ngà đâm xuyên, thơ ta thăng hoa.

Hãy cùng ta theo vết chim ưng, nghe lời thơ giẫy chết những cơn run.

Ta đứng trên đỉnh thời gian nhìn ngọn cuồng phong. Trái tim vỡ òa hôn mê sầu héo. Cỏ cây trùng trùng bi thương...

TRẦN HỒNG CHÂU

(bút danh Giáo Sư Nguyễn Khắc Hoạch, cựu Khoa Trưởng Đại Học Văn Khoa Saigon trong nhiêu năm, trước 1975)

Bạch Tuyêt, một mình giữa trùng vây của gió bão thời đại ....

Năm 1965, vào những ngày đâu sôi lửa bỏng của Sài Gòn, tổ chức, phe phái cực kỳ lộn xộn thì một tập thơ nhỏ ra đời, trong im lặng thanh bình của mắt bão. Mắt Mâu Nâu mở rộng, vừa hồn nhiên ngây thơ, vừa chua cay người lịch duyệt, nhìn thẳng vào một trận đô thế sự hỗn mang của một quê hương đau khổ.

Cơn hồng thủy đổi đời đã để lại nhiêu dâu biển trên khuôn mặt đô thành miên Nam. Một buổi chiêu, đi trên hè đường Lê Lợi, tôi chợt buồn, ngạc nhiên thấy lại Mắt Mâu Nâu đã trở thành đen sẫm, trải dài trên những trang giấy vàng úa, nhàu nát, của đám người bán hàng rong ở một miên đât không còn là chỗ dung thân cho trí thức và tình cảm nữa.

Tôi bùi ngùi cảm động. Tuyêt sương xưa bây giờ ở đâu? Tác giả tập thơ, một trong những học trò "ruột" của "ông thây Văn Khoa" giờ ở phương trời nào? Còn hay mât giữa cái bâp bênh, đổ nát, cái phù du kinh hoàng của những cuộc đời và tâm hồn "biểu hiện" thời hậu chiến? Còn ở với Thơ nữa không? Còn ôm ấp những giấc mơ lớn lao của Tuổi trẻ đường Nguyễn Trung Trực và Cường Để nữa không?

Cho đến mùa Xuân năm nay tôi được tin - có lẽ do vần xoay của đất trời, lúc nào cũng tròn - là nhà thơ tuổi trẻ khi xưa hiện đang dừng chân ở miền Tây Bắc Hoa Kỳ, xứ sở của hoa hồng. Hôm nay Hồng Khắc Kim Mai cùng vài bạn đồng song, mừng mừng tủi tủi đến thăm tôi. Tay bồng tay mang. Hai đứa con tinh thần. Hai tập bản thảo giấy hoa tiên mầu pastel, hoa cà và phấn hồng tôi hằng ưa thích. Ngoài Mắt Mầu Nâu được in lại, còn có Như Phù Vân. Tất cả để kể nỗi hàn ôn với người yêu thơ.

Hồng Khắc Kim Mai. Có chăng, một phần nào, thuộc di huệ của Hồng Tú Toàn, sau khi lãnh tụ thất trận và tự vẫn ở Giang Tô, đã trôi giạt về phương Nam? Tuy thu đã khởi sự mùa thiếu phụ nhưng vẫn còn nguyên dáng vẻ người nữ sinh viên Văn Khoa thông minh duyên dáng và lanh lợi của những năm khói lửa vừa qua.

DU TỬ LÊ

Hạnh phúc thơm từ tài năng, trí tuệ Hồng Khắc Kim Mai

.....
Chớm dậy thì
Lớp măng ngọc
Bày đặt học viết chữ Yêu
Trên trang giấy sông Hàn
Làm thơ tình thạch nhũ
Giọt Non Nước đá mòn
Đọng miết trên môi
Môi chưa biết thoa son
Đã biết thẹn thùng
Khi anh nâng cằm
Dạy miếng hôn nóng hổi
.....

Đó là thơ Hồng Khắc Kim Mai, 1959. Bốn mươi năm. Hôm nay, đọc lại, với tôi, thơ Hồng Khắc Kim Mai, vẫn mới, như cảm giác đã có cách đây gần nửa thế kỷ.

Tôi tin, cũng như tôi, người đọc sẽ chấn động, khi biết, "miếng hôn" (mà) họ Hồng cho lại chúng ta, qua thơ của cô, là "miếng hôn" cô có được từ thuở mười lăm…

Tôi nhớ, giữa thập niên 60, khi "Mắt Mầu Nâu" từ giảng đường Văn Khoa, Saigon, bước xuống sân chơi thi ca, tự thân, đã một cơn lốc lớn. Cơn lốc chữ nghĩa, táo tợn. Cơn lốc hình ảnh, tân kỳ. Cơn lốc thịt da, thảng thốt.

Tôi nhớ, giữa thập niên 60, khi "Mắt Mầu Nâu" từ sân chơi thi ca sinh viên, bước vào quảng trường văn chương thời đại, tự thân, đã một địa chấn lao lung…

Những câu hỏi, cất lên từ nhiều phía, thương yêu. Những câu hỏi, cất lên từ nhiều phía, dao nhọn. Những câu hỏi, dù có là những lát chém xuống sinh phần thơ Hồng Khắc Kim Mai; hay những vòng nguyệt quế ngưỡng mộ, tựu trung, đều không câu trả lời. Chúng như những viên sỏi chìm nghỉm dưới một mặt nước rộng.

Bởi vì, Hồng Khắc Kim Mai, đã mất tích, ngay khi vừa xuất hiện. Sự mất tích của họ Hồng, hiểu theo nghĩa nàng lỗi hẹn với vinh quang, hay, chối từ nắm, bắt bàn tay danh vọng, đưa tới? Cách gì, lý do thầm kín nào, theo tôi, điều ấy, không quan trọng. Có quan trọng, đáng kể chăng, chính là sinh phần nắng, gió của đời thơ ấy. Có quan trọng, đáng kể chăng, theo tôi, là lượng máu huyết của những câu thơ họ Hồng, hôm nay, sau bốn mươi năm ngọn, vực, vẫn còn rói, tươi sức sống. Chúng vẫn thở hồn nhiên mới mẻ, ngồn ngộn tinh khôi, giữa khi bao đời thơ khác, đã thời gian, rã mục; đã quên lãng, chôn vùi.

Hôm nay, sau gần nửa thế kỷ xấp, ngửa, cá nhân, đọc lại "Mắt Mầu Nâu", tôi vẫn thấy mình chưng hửng, sảng khoái; bất ngờ, hân hoan, với những câu thơ như:

Người yêu của tôi tìm vui trong khói thuốc, những-
vòng-cung-chểnh-mảng

Hoặc,

Người hỏa tinh buông màn nghe hơi lạnh xuyên mười
lớp áo
Ngước mặt lên trời cao
Vào đêm
Mắt mầu nâu đã trở thành đen sẫm…

Hoặc nữa:

Dỗ em đi anh
Dỗ cho kiếp sống vụn dày này an nghỉ
Dỗ cho trời cao xanh phải khóc
Em hôm nay như con trâu cày hừng đông mệt mỏi
Em như đá cổ sơ xôn xao ngày nhật thực
Có nghĩa lý gì một trăm năm đằng sau lưng hay đằng
trước mặt
Quả bóng vỡ đi rồi, và xà bong tan trong nước
Em chán chường quá trời ơi làm sao anh biết được?
Dỗ em đi anh
Mộ dài xanh cầm canh tóc cỏ
Nửa đời em thuyền ngừa nước bơ vơ…

Bốn mươi năm sau. "Mắt Mầu Nâu" trở lại, và, bước xuống cuộc đời, một lần nữa, lại mang hạnh phúc đến cho chúng ta. Hạnh phúc thơm từ tài năng (và) trí tuệ từ một người, mang tên Hồng Khắc Kim Mai. Hạnh phúc biết bao cho chúng ta, nếu chúng ta nhớ lại rằng: Chỉ có những tài năng thật, mới mang sự mới mẻ đến cho văn học ...

Cám ơn Mai. Mai. Mai. Mai

ĐỖ HỒNG NGỌC

(bài viết cho tập thơ Mắt Màu Nâu của Hồng Khắc Kim Mai)

Như không thôi đi được

Có người hỏi rằng: Thơ tại sao mà làm ra? Ta giả nhời rằng: Người ta đẻ ra mà tỉnh, là tính Giời cho nguyên như thế; cảm ở vật ngoài mà mới động, thời ấy mới là sự muốn của tính. Đã có muốn thời phải có nghĩ; đã có nghĩ phải có nói; đã có nói thời những cái ý nhị không thể nói hết ra được mà hình hiện ở trong lúc ngậm ngùi ngợi than, tự nhiên tất phải có những giọng điệu cung bực, như không thôi đi được. Ấy tại thế mà sinh ra có thơ.

(Chu Hy, Bài tựa tập truyện Kinh Thi, Tản Đà dịch)

Một hôm, đọc lại những bài thơ Hồng Khắc Kim Mai của bốn mươi năm trước tôi chợt nhớ đến những câu viết đó của Chu Hy. Thơ tại sao mà làm ra? Tôi không tin người ta có thể làm ra thơ. Tôi không tin có một động từ "làm" ở đây. Thơ tại sao mà ra, thì được. Và câu trả lời là nó tự nhiên ra, nó ứa ra, nó tuôn ra, nó trào ra, nó chảy ra, như nước trong nguồn chảy ra chẳng hạn.

Nhiều người thời tôi còn nhớ những bài thơ của HKKM xuất hiện khi mới mười lăm, mười sáu. Những bài thơ tuôn ra ứa ra trào ra đó có thể làm sửng sờ đôi chút người đọc vì cái giọng điệu cung bực ngậm ngùi ngợi than kia có vẻ như đã mượn nàng để hình hiện ra bên ngoài. Khi chưa là một người con gái biết thế nào là tình yêu thì thơ nàng đã đẫm những oan oan thư cưu, tại hà chi châu, yểu điệu thục nữ, quân tử hảo cầu; khi chưa là một người đàn bà biết thế nào là cho con bú mớm, nàng đã có những bài thơ nói về… sữa mẹ, cứ y như là một sinh viên trường thuốc chính hiệu. Và rồi cái tính Giời cho nguyên như thế đã cảm ở vật ngoài mà động, động hơi nhiều nữa là khác, nên thơ cứ thế mà ra, không cần phải hỏi tại sao.

Mười năm, hai mươi năm, ba mươi năm tân tảo ngược xuôi, vác con bương chãi đầu ghềnh cuối bãi, ngỡ đã quên đi, như lòng cố lạnh lùng (TCS), một hôm sửng sốt lại thấy thơ sờ sờ ra đó, hình hiện không chỉ trong tâm tưởng. Những giọng điệu cung bực của thứ tiếng lòng đó nó tuôn ra, ứa ra, tràn ra như không thôi đi được, không ngưng lại được. Có thể nó xưa, nó cũ nữa, nhưng nó không có thời gian. Bởi cái thứ tiếng lòng hình hiện trong lúc ngậm ngùi ngợi than thì nó hẳn chân thật, không màu mè, hình thức, không thời gian.

Tôi muốn ghi lại đôi dòng cảm nghĩ khi đọc lại HKKM:

Người đàn bà làm ra thơ
Hay thơ làm ra người đàn bà
Không biết
Bốn mươi năm biền biệt
Nàng cõng con rãi khắp các ngã đường
Cấy con như cấy lúa
Rồi đến mùa gặt hái
Nàng sững sờ như mỵ nương
Soi mình bên giếng ngọc

Thơ lại về cửa động đầu non
Mắt mờ sương khói
Bụi đường không vương
Người đàn bà làm ra thơ
Hay thơ làm ra người đàn bà
Không biết
Những cung bực ngợi than
Hình hiện
Lỡ ngậm ngùi từ trứng nước Âu Cơ
Bước chân hành hương một buổi mai về
Ôi Phong Châu
Ngày cũ
Người đàn bà nhúng mình dòng nước mát
Quê hương
Và những giọt nước đã lăn tròn trên má
Người đàn bà làm ra thơ
Hay thơ làm ra người đàn bà
Không biết
Những hạt mần không bao giờ lịm tắt
Thơ hình hiện muôn đời
Không thôi đi được.
Phải,
Như không thôi đi được.

Đỗ Nghê

HKKM

Classe de cinquième
(tương đương với lớp đệ lục trường Việt)
Nàng thơ của Collège Francais De Tourane
Bắt đầu viết thơ ở tuổi này
Thơ đã làm ra cô bé

Hồng Khắc Kim Mai sinh tại làng Minh Hương Huế. Tuổi niên thiếu sống tại Đà Nẳng, học trường Collège Francais De Tourane (Blaise Pascal), và những năm cuối trung học tại Lycée Marie Curie Saigon. Xuất thân Đại Học Văn Khoa tại VN.

MỘT THỜI THUỞ NHỎ

.........Khi ta theo giòng sông
Trở về nơi bến hẹn
Của Tourane – Collège Francais Đà Nẵng – (1)
Bên bến Bạch Đằng
Hay Nguyễn Hiên
Ta lấy mắt xanh tuổi đời
Làm mực với giấy
Nắn nót tình xưa
Gửi cho em – mái trường một thuở
Ta để nhớ, mãi nhớ
Ta để thương, dễ thương

Có cả một rừng cây xanh biếc
Sau ngôi nhà ông concierge
Có cả con đường sỏi dẫn xe đạp
Đi ngang qua văn phòng ông surveillant général
Ông Menguy
Hay Ông Béchir
Những ông già phát giờ phạt hiền như Bụt
Đứng trong sân trường
Chăn đám tây-con mũi tẹt
Chí chóe

Học bài sử ký đoàn dân Gaulois [2]

Nhưng trong tâm khảm
Vẫn luôn nhớ ta giống nòi đất Việt
………………
…………….
Và ta
Núp trong bóng tối
Trốn bài dissertation làm thơ nhật nguyệt
Hể hả tự ca Hồng Khắc Kim Mai
Tiếng thơ một thuở nhủn lòng Hartmann, xanh
    mặt Vigouroux, điên đầu Descroix [3]
Cô học trò một đổi cô giáo một thời
………………..
…………………

[1]TOURANE, tên của thành phố Đà Nẵng dưới thời Pháp thuộc

[2]Trong tiếng Việt, "Gaulois" (phát âm là gô-loa) dùng để chỉ người Gô-loa hoặc xứ Gô-loa (thuộc nền văn minh cổ đại tại lãnh thổ nước Pháp ngày nay)

[3]Tên của các vị Thầy và Hiệu trưởng trường

Cheveux noirs, cheveux noirs
Caressés par les vagues
Cheveux noirs, cheveux noirs
Décoiffés par le vent

SÂM SẤP

Sâm sấp mừng
Sâm sấp vui
Hô thu lấp loáng bóng em cười

Ngả ngớn trận mưa
Bong bóng hát tình tang

Mình thì mình đó
Gió thì gió đó
Lang bang
Xàng xê
Vô tận một thời
Giấu kín một nơi

Sâm sấp mừng
Sâm sấp vui
Đi một bước
Ngó một hồi
Thấy chưa hắn đó
Hắn đó
Hắn đó thương mình
Đúng chưa?

NHƯ SÓC CON

Em như con sóc nhỏ
Núp trong ngực người tình
Nghe nôn nao hơi thở
Kêu lên một tiếng mình

Rượu em hề chẳng uống
Đời vẫn trong như gương
Hôm qua nhìn gió cuốn
Rụt đâu ngại hơi sương

Anh anh anh của em
Cho em núp vô lòng
Anh anh anh của em
Cho em thương anh không

Em như con sóc nhỏ
Lông tơ mềm như bông
Hôm nao mai đua nở
Ai theo em nên chồng

Anh anh anh của em
Cho em núp vô lòng
Anh anh anh của em
Em thương anh vô song

SAY Y CÁI LY

Em có cái mặt tình chi rất lạ
Miệng nói cười và tay thì quậy nước
Anh ngồi nhìn không nói nhưng anh hiểu
Anh ly chanh đường xoáy tán hồn sôi

Em kêu chanh chua thì châm thêm đường
Ai không biết! nhưng anh thích chua chanh
Thanh thanh xanh vỏ có xơ có múi
Chưa ăn đã thèm giọt rớt giọt rơi

Em thấy anh chỉ ngồi nhìn ít nói
Làm em ngượng núc nửa ly chanh đường
Anh mĩm chi gật đầu vô tội vạ
Uống nốt nửa ly kêu say quá trời

Nước chanh mà say? anh chỉ tổ xạo
Anh xoay cái ly, cái ly quay mòng mòng
Anh nói rất nhỏ, anh say y cái ly
Vì nước miếng em như chất rượu nồng

Em chới với vì lời anh quá giỏi
Em quệt môi thích anh câu tỏ tình

ĐƠN LẺ

Em đi trên đường vắng
Cúi đầu đếm lá khô
Nghe lòng mình chìm lắng
Như tan vào hư vô

Thênh thang lòng đại lộ
Người con gái vào đời
Bằng trái tim bé nhỏ
Bằng niềm sầu đơn côi

Nhớ cánh đồng tuổi trẻ
Đôi cò trắng như bông
Để quên mình đơn lẻ
Quên phận mình long đong

Trốn cuộc đời cay đắng
Trở về với thiên đàng
Của hai con cò trắng
Đút mồi cho nhau ăn

ĐÊM HUYỀN DIỆU

Một mầu tối
Đen như mực
Một mầu sáng
Chớp như sao
Trên trời cao tôi nghe tiếng nhạc
Thánh thót
Tiếng nhạc
Êm đềm
Đêm Noel!

Vờn trên mây tôi đi về Bethléem
Đường quan san tôi quyết đến thiên đàng
Mây giăng mù
Trăng lu mờ
Sương đêm rơi...

Đức tin làm địa bàn
Đường thiên đàng đo từ đáy con tim
Tôi nhắm mắt nguyện cầu Đức Mẹ

Và khi chuông thánh đường đôn đổ
- 12 giờ khuya-
Tôi giật mình thấy một mầu sáng chóa
Sáng như sao chong
Sáng ở thiên đàng
Và sáng cả trần gian
Bầy cừu non nằm ngoan trên nệm cỏ
Đoàn thiên thần bé nhỏ múa khúc Nghê Thường
Tiếng đàn dìu dặt
réo rắt
khoan thai
Giữa khung cảnh thần tiên của đêm huyền diệu
Tôi thấy
Tôi thấy một bà mẹ hiền đang ẵm con thơ
Hào quang sáng tỏa...

CHANH CỐM HỌC TRÒ

Sáng sớm
Xôn xao buồng ngực
Trông em bên đường
Thương em thơ ngây

Em, cô thơ cô thơ
Mắt hay cười bâng quơ
Chết cái lòng anh rụng
Tức em điên cuồng
Quay người quay cu lơ

Con nhỏ mặc áo đầm
Xì xồ
Ba tiếng Pháp rất dễ ghét
Vậy mà sao
Thương đành thương đoạn
Theo em mấy năm trường

Em có cái nhún vai
Ranh mãnh
Cái bộ cái tịch
Không giống con nhà lành gái Huế

A! cô thơ cô thơ chanh cốm
Giả làm người lớn
Chết đám con trai Huế
Ngó lén cô trong vườn

Con nhỏ mặc đâm xòe
Cũng lạ
Xài chữ tung-thiên-man-nai
"Tung-thiên-man-nai" em học của ai?

ĐÁ VÀNG

Khi anh đến
Vầng trăng còn non
Tiếng em cười dòn
Mắt em như sao tỏ
Em đâu ngờ anh đã thương em

Khi anh đến
Vầng trăng còn xanh
Mắt em long lanh
Môi cười ngoan hơi thở
Đất trời rạng rỡ
Anh đâu ngờ đá biến thành thơ

Khi anh đến
Vầng trăng đang xuân
Em thôi cười
Vờ nghiêm sau nón
Anh biết rồi
Lòng ai đang mở hội
Nên
Suối trên rừng ngừng nghe chim hót

Lá trên rừng mừng quên đi ngủ
Mai trên rừng mai trên rừng
Và đá trên rừng khám phá đã yêu em
Yêu em từ muôn kiếp nào
Em biết chưa?

THƠ NGÂY HƯƠNG TRẦM

Bâng khuâng
Sương khói thơ ngây
Bông quì
Lộng ngọc
Bến chiều xưa

Em đa mang thương ai
Sông Hàn gợn sóng
Mộng tuôn đẩy dòng
Đẩy hẫng vầng trăng
Vô chiêm bao

Âm ba
Nhấp nhô trong hồn
Cho em nâng lòng
Phi lô phi lô
Phiêu bồng theo mây
Đất trời hây lệ
Lệ tình chưa quen

Em vẫn yêu ai hở em?
Sướt mướt tim non
Tình tang tích tịch
Em nỏn nỏn hương trầm
Phất phơ trăng mềm
Treo lửng treo lơ

DẬY THÌ

Nắng đã tới
Tô môi cô nồng
Dặm má cô tươi

Sáo gọi gió
Gió lay rèm hồng
Cô nghe có tiếng vi vu
Trong lòng

Này cô em gái
Tuổi vừa chín tới
Tóc mây bờ vai
Thả dài sợi nhớ
Cô đan tình thầm
Bên song

Với cô
Đôi mắt dịu dàng
Vời vợi trời mơ
Cô hong tơ
Cô ươm duyên
Thêu chuyện đá vàng

Mỗi phút đợi trông

Có tiếng sáo
Sáo nhảy trong lồng
Đùa vui cắc cớ
Hỏi chàng đã về chưa
Đã về chưa
Tim cô run
Rộn ràng
Quên che lấp nỗi mừng vui
Ngập tràn
Lồng lộng mấy dòng sông

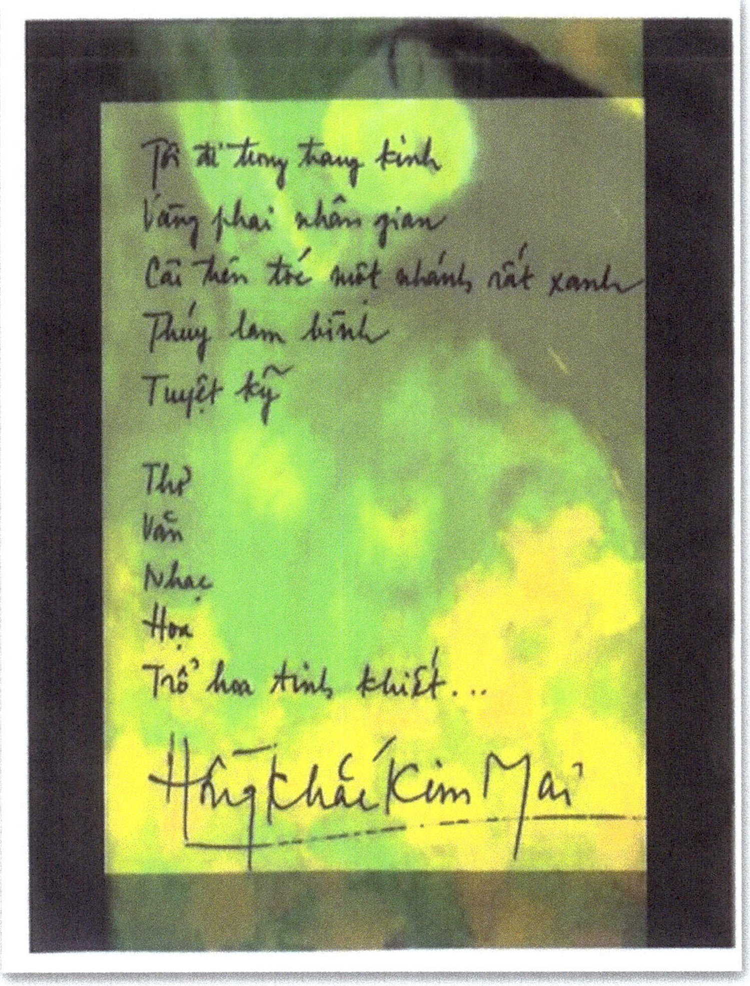
Tôi đi trong trang kinh
Vàng phai nhân gian
Cái hôn tóc một nhánh rất xanh
Thúy lam bình
Tuyệt kỹ
Thơ
Văn
Nhạc
Họa
Trổ hoa tinh khiết...
Hồng Khắc Kim Mai

MẶT TRỜI ĐẠI ĐÓA

Như mưa gió lạ
Mùa thu đã cũ
Phiến buồn cũng tan
Trên ghềnh đá

Bình minh gọi lá
Hây hây tiếng cười
Người về
Chớp bể mưa nguồn
Mướt yêu thương
Người về
Giọt nắng phơi sương
Ấm bên đường

Sinh khí mùa Xuân
Đẩy nước hoàng hôn lút bờ
Mặt trời theo ta
Khoe mừng đại đóa
Máu tin yêu
Rực sáng ngọn bình an

Mở trái tim nghe dòng ước muốn bồng bềnh
Hương hoa nghìn năm nồng nàn
Đời không hẹn kiếp
Cội đá vươn mình
Buông
Nhả
Một vầng trăng

Ta vẫn đi trong trang kinh
Vàng phai nhân gian
Cài trên tóc một đóa rất xanh
Thúy lam bình
Tuyệt kỹ
Thơ
Văn
Nhạc
Họa
Trổ hoa tinh khiết

ĐỘC HÀNH

Gió đâu thu nhắc người môi tái lạnh
Tóc bờ vai ôm phủ áo băng trinh
Buồn mây giăng, giăng kín cổng đăng trình
Mắt hé lạnh làn mi chơm chớp nước

Người cúi đầu lòng chìm trong giá buốt
Gót giày gieo từng bước, bước suy tư
Hàng điện sáng nghiêng vai người cô lữ

Người nhìn trong mưa bay
Phố đường dài chuyến độc hành run rẩy
Nhà dãy cao cửa khép hững hờ trông
Hồn lâng lâng sau mộng sáng mây hồng
Nghe tê tái chĩu đè lên thân nhỏ
Bóng đổ rung rinh lướt hoài ngõ phố
Tà áo bay bay gió xuân thì
Người cắn tay mắt nhỏ lệ hoen mi

KHÔNG ĐÀNH TÂM

Muốn ở lại không đành tâm về
Quay mặt Huế thành đô nơi sinh trưởng
Chốn xa mờ bờ bụi
Của trái me chua chấm ruốc
Tiếng hít hà xé ruột
Muối ớt với khế xanh non
Bên Đại Nội

Từ cửa Thượng Tứ ra chợ Đông Ba
Hái trái sầu đông
Hốt ngàn bông bút bút quăng đầy sông Hương
Bầy cá tràu chạy trối chết
Mà tụi mình cười khúc khích quên thôi

Tuổi bé thơ ngây
Ngày Trường Tiền bay mấy nhịp
Mừng vui xô nhau qua đò

Muốn ở lại không đành tâm về
Bịn rịn muối Mỹ Khê, Tiên Sa, Đà Nẵng
Chớm dậy thì
Lớp măng ngọc

Bày đặt học viết chữ YÊU
Trên trang giấy sông Hàn làm thơ tình thạch nhũ
Giọt Non Nước đá mòn đọng miết bên môi
Môi chưa biết thoa son
Đã biết thẹn thùng
Khi anh nâng cằm
Dạy miếng hôn nóng hổi

NỖI NIỀM RẤT XƯA

Ngả nón chào mùa Xuân đi qua
Cô sáu tuổi không cười
Đôi bím thơ ngây
Gửi tiếng lòng trên má hây hây
Nếu ai hỏi
Cô cúi mặt
Sương một ngấn
Đong đầy

Lạ lẫm như giòng sông
Trôi buồn tênh
Như mưa giăng ngang nhánh sầu đông
Như thời gian bay mải miết
Én lượn thinh không
Vàng diệp héo hon

Cô không thể hiểu sao môi đỏ
Màu dâm bụt
Sao cây lá run run
Màu xanh quạnh quẽ
Sao khung trời bỗng tím
Sữa nào tuôn giữa hai máng vôi

Trắng trong

Mới sáu tuổi
Cô ngửa mặt ôm khối sầu
Bỏng cháy
Kia con nắng lạ thắp đuốc bàng hoàng
....
Nửa đêm thức giấc
Cô gõ cửa mùa Xuân cũ
Nỗi xưa còn ghi
Dấu chân mây

YÊU

Khi người áp môi chuyền tai ta hơi thở
Ta rúm người da say mùi cỏ dại
Ta dang mồm ưng nuốt cả trời mây
Ta đê mê nghe tim rớt vỡ hoang đây
Ta cuồng dại rên tên người trong tiếng khóc
Môi ta khô ran mắt ngời sao lửa bốc
Ôi tình yêu, ôi tin yêu vàng ngọc
Hôn ta quằn quại sảng khoái tới thịt xương

Người hãy ghì ta thêm chút nữa
Để thân ta lóe hào quang say sưa giòng mật ngọt
Để ta ru giấc đời bằng tất cả trời cho
Khi huyết hai mươi sùng sục phút trào no
Ta đam mê trong đường gân rung rung giờ
tuyệt diệu

Ôi tình yêu, ôi cơn ngất ngư trào dâng như
sóng biển
Ta núc cạn rồi mà mấy cũng chưa bưa
Rót cho ta bao nhiêu tinh túy cũng chưa vừa
Ta thèm khát chắp môi hoài trong vạn đợi

Ôi tình yêu
Biển hồn ta chới với
Trăng rờn rợn mà cõi lòng ta thêm rờn rợn
Phải, ta điên cuồng tất cả chỉ vì YÊU

THÁNG MƯỜI

Tháng mười
Trời đất âm u
Lòng tôi chùng lạnh
Buổi sáng không thấy bóng mặt trời
Đáy mắt tôi chợt loé cơn buồn năm xưa
Người ở nơi mô
Tôi còn đứng trên vực đời
Không thấy trời không thấy gió ngã
Chẳng thấy nước mây sa…

Tháng mười
Đường chi mà sâu
Lá chi rơi nhiều dữ rứa?
Nước mắt tuổi thơ
Khăn áo học trò
Tôi ra đi bỏ hết phía đằng sau
Xin người hãy khóc một lần cho trọn nghĩa
Ngày mai mặt trời sẽ nứt làm đôi
Tôi đứng bên tê bóng tối
Ngao ngán vếch môi vẫy chào
Tiếng tháng mười vút lên từng cao

THAO THỨC

Cho em xin một ánh mắt thiết tha trìu mến
Và nửa vòng tay
Nửa vòng tay anh choàng qua thân em
Nửa vòng tay em chờ đợi
Và chỉ thấy trong mơ anh ơi

Cho em xin một nụ cười âu yếm
Trên môi anh
Đôi môi thường hôn em trong giấc ngủ
Để tỉnh dậy em mới biết mình đang khóc
Nước mắt chảy dài thấm ướt môi trinh

Em hoảng hốt kêu tìm trong bóng tối
Trả về em giấc mộng mới thành hình
Để thấy anh cười để nghe anh nói
Hai bàn tay anh ghì chặt vai em
Những lời yêu thương thì thầm bên gối
Những lời hò hẹn mang tiếng dương cầm
Những lời yêu đương tha thiết
Dù chỉ là ảo mộng như là anh đã biết

Em thèm thuồng hơi thở ấm canh dài
Để gục mặt vào hồn anh say ngủ
Cho em xin một tình yêu chung thủy
Không chỉ kết thúc bằng một lễ vu quy

Em khẩn thiết van xin cùng Thượng Đế
Cho giấc mộng đời em biến thành thực tế
Vì mộng hay tàn buồn lắm lắm anh ơi
Một mình em thao thức tiếc đêm vơi...

THI HỨNG

Nửa vời trang giấy còn bay
Trăng rơi nghiên mực vung đầy giọt thơ
Hình ai khi tỏ lúc mờ
Nghe như tâm khảm thức chờ cố nhân

THỦY NỮ

Ô cô thủy nữ
Sóng soài trên cát rêu xanh nghìn thu
Da vảy cá tươi ngon ròng ròng mật ứa
Dưới trời mây chướng khí ta bồng em
Nghe chuỗi sứ chín nẫu giọt khôn cùng

Ta là thi nhân
Đi trong lòng em trăng sao
Như xuân xanh đi trong băng trinh
Như lam ngọc chui tình diệp thất
Như phù du rung rinh trong u mơ
Như cung đàn
Ơi cung đàn nhẹ tơn nhẹ rơn rơn
Khảy vành tai em lịm gió
Lịm sửng rừng tràm
Quanh co
Thu sương

Em nếm thơ ta trên môi nồng Aristotle
Đọt sóng rượu non champagne sùi sùi linh diệu
Tơ lơ mơ say hồn lãng tử

Em phiêu bồng chuyện gió chuyện mây mưa
    hương lửa
Em cần chi biết
Ta vẫn là ta
Tên thi nhân yêu cuồng
Neo thuyền sục sạo
Cắm sào sâu bắt chân mỹ nữ
Vục mặt trong nước nôi em dại khờ...

TIẾNG DƯƠNG CẦM

Ngồi bên dương cầm
Mười ngón tay em lướt nhẹ trên phím
Đôi môi cười chúm chím
Em đàn cho ai nghe đêm nay?
Hồn say say theo cung đàn đê mê
Ai ngồi bên tê đường ai đi trong hơi sương
Dừng nơi đây người ơi đêm khuya rồi…

Cành trăng cài trên tóc
Tiếng dương cầm như khóc như than
Tình lang ơi người là ai
Nghe chăng lời em trong âm vang dương cầm?
Gió thì thầm câu trả lời tê tái
Tiếng tơ đồng réo rắt khúc bi ai
Mười ngón tay sầu cô đọng
Lướt trên phím ngà bản hận tình ca

Trời chong đuốc sáng đốt màn đêm tăm tối
Em gục đầu trên phím trắng khóc sầu tư
Nỗi niềm tâm sự
Trút trong tiếng đàn đêm qua

Bàn tay chừ đây rã dại
Đánh được gì trong đêm mai?

ĐÊM BA MƯƠI TRÊN ĐÈO HẢI VÂN

Em đi trong trời mây
Vùng hơi bay hoang lạnh
Nửa đêm canh giao thừa
Không hề nghe tiếng pháo
Nửa đêm mơ giao thừa
Dài thêm những xót xa

Em ở bên rừng cây
Nghe từng cây gió thở
Nửa đêm nay giao thừa
Không rượu vàng dưa đỏ
Nửa đêm nay giao thừa
Quán vắng đèn hắt hiu
Sương long lanh ngọn cỏ
Lời chúc lên bờ môi
Chưa nghe lời đáp lại

Em đi trên đỉnh đèo
Mây tan đùa trong tay
Sương pha mầu tuyết loảng
Nửa khuya qua giao thừa

Giật mình nghe tiếng súng
Nửa khuya qua giao thừa
Biển xanh cài hoa sao
Thuyền câu đèn nhấp nháy

EM ĐI XA RỒI

Nàng lên xe hoa
Hôm kia hay hôm qua
Vườn nhà tôi rụng lá
Ngỡ áo nàng bay
Vai tôi sương đêm dày
Ngỡ nàng đang khóc

Nín đi em
Pháo hồng đã nổ
Rượu mừng đã trôi

Nàng lên xe hoa
Âm thầm không từ giã
Tôi đắng cay lòng
Môi cười rạn vỡ
Thề xưa sao chưa tan
Mát tôi theo chân nàng

Nín đi em
Pháo hồng đã nổ
Rượu mừng đã trôi

HOA TƯƠNG TƯ

Mùa Xuân ơi sao mùa Xuân chưa sang
Hoa gì rơi mầu như mầu hoa tang
Chưa bình minh mây mù giăng sông Hàn
Chưa hoàng hôn sao nghe buồn mang mang?

Tìm dư hương trên muôn ngàn hoa rơi
Sông dâng tràn cho thuyền hồn chơi vơi
Qua song dài nhìn mưa đan tơ trời
Ngày mai đây ta xa lìa đôi nơi

Người ơi hôm nay ta sầu chia tay
Người hôn rồi đôi môi còn nghe say
Người đi rồi ôi buồn cho mai này
Người đi rồi còn ai ôm trong tay

Mưa chiều buồn loang lên đôi môi son
Nhìn người đi đường xa ta dưng hờn
Tâm tư chừ đây đang run lên cơn
Cô đơn chừ đây đang len vào hồn

MẮT MẦU NÂU

Lần đầu tiên tôi yêu một người con trai
Người con trai gầy gầy
Bóng đổ dài bờ đại lộ
Đường Sàigòn - Chợ Lớn cách xa hằng trăm cây số
Chúng tôi thường tìm về nhau
Những-bước-chân-ngập-ngừng-hoang-cổ
(Bởi vì tôi là con gái miền Trung)

Người con trai tôi yêu
Có đôi mắt buồn như đôi mắt người con gái Chàm
ngồi bên thung lũng
(Nàng mơ về Phan Lý
Hồn đi về trong mộng mị)
Những chuyến hôn dài ngây ngất men say tình
diễm lệ
Tôi thấy nhớ đôi môi sau những ngày giá buốt
lê thê

Hai đứa xa nhau vì hờn giận
Những giận hờn không chính đáng
Người yêu của tôi tìm vui trong khói thuốc,
những-vòng-cung-chểnh-mảng

Và tôi
Đèn chong suốt sáng
Từng đêm, từng đêm tôi nguyện cầu
Nhớ lại thuở ban đầu hai đứa mới thương nhau
Rồi sau mỗi lần giận lại thấy thương, thương nhiều
hơn nữa
Niềm vui trở về cỏ cây thôi không còn héo úa
Chiều công viên nắng tắt từng nụ hôn lịm ngọt
Đêm Sài thành mắt mở hội mầu nâu
Đường Chợ Lớn sáng rực những đèn màu
Con đường dài trên tình yêu nghe ngắn lại

Rồi tháng năm trôi dần qua đôi vai
Người yêu của tôi bỏ Sàigòn Chợ Lớn đi du học
Đường sang Paris xa là xa nghĩ mà muốn khóc
Những cánh thư mầu hồng gói bao nhiêu
nhung nhớ
"Đường Champs-Elysées có nhiều cô con gái
Những nàng con gái đẹp như mơ
Nhưng anh chỉ nghĩ về em
Một mình em
Sau những giờ gần sách vở"

Tháng năm chờ đợi
Tôi thường đi về Chợ Lớn nhớ tới người yêu
Đường thành phố có thêm nhiều lầu cao đèn xanh
đỏ mỹ miều
Tôi đếm từng căn phố cột đèn và trạm xe buýt nhỏ
Thế rồi sau đoạn ngày chờ mong vò võ
Người yêu của tôi trở về
Mang theo mảnh bằng và cơn bệnh nặng
Những con vi trùng lao xây lâu đài trên vành
phổi nám
Tiếng hát khải hoàn vào một đêm bừng trỗi dậy
Lửa tình yêu còn nồng cháy
Vũ trụ đi vào men say

Trong vòng tay tôi người yêu gục ngã
Năm tháng buồn đường Sàigòn Chợ Lớn hết vẽ
kiêu sa

Tôi cúi đầu đi vào nghĩa trang thành phố
Đếm từng nấm mộ
Người hỏa tinh buông màn nghe hơi lạnh xuyên
mười lớp áo
Ngước mặt lên trời cao
Vào đêm
Mắt mầu nâu đã trở thành đen sẫm...

DẶN DÒ

Lúc nào mắt em ướt
Nhớ hôn lên rèm mi
Khi nào em không cười
Nhớ hôn lên đôi môi

Nghìn năm nữa sao dời
Đâu còn người yêu em
Nghìn năm nữa tóc trắng
Mà nhớ thương hoa thề
Bao tháng ngày kể lể
Chừ hôn lên đôi má
Chừ hôn lên đôi môi

Ngực em tròn rất tròn
Nhấp nhô từng hơi thở
Áo cài khuy nút hở
Để người thèm thân em
Để người hôn lên trên
Cho người em nóng bỏng
Cho tình yêu sôi động

Tất cả ngừng ở đấy
Người đừng tham thêm nhiều
Cho em yêu đau khổ
Cho dòng lệ cạn khô
Cho đời em dang dở...

Lúc nào mắt em ướt
Nhớ hôn lên rèm mi
Khi nào em không cười
Nhớ hôn lên đôi môi

BUỔI SÁNG

Buổi sáng cắp sách lên trường
Lá me bay đầy trên mái tóc em
Hương cỏ tàn đêm còn ướt sương mềm
Trang áo vào Đông lọt nét thiên thu

Người nhìn về đâu chân vẫn bước trên đời
Sách vở đầy tay thêm dài lối mộng
Hoa trắng rừng mơ
Giữa mây sầu bỏ ngỏ
Đền đài Văn Khoa say gió e ấp cười

hongkhackinmai- 1965

SLOW

Ngàn thương mến tràn đầy lên ly rượu
Áo hoàng sa trong rừng nhạc thướt tha bay
Người dìu tôi hồn thả bướm ngang đôi mày
Nghiêng tai ngọc nghe thì thầm lời ân ái
Sóng trùng dương xô thời gian dừng trở lại
Người hôn lên má trên trời sao lô nhô
Ôi là say mê trong khúc nhạc mơ hồ
Nghe dìu dặt bước chân theo, theo từng bước
Tôi ngã đầu tóc mây huyền bay lả lướt
Mắt người si cuồng dại uống bóng môi tôi
Mà sao-đèn run nhắc người sắp tội lỗi...

Ôi Slow Slow
Điệu đàn nghe tình tứ
Lời êm êm mơ nhiều đến xứ đê mê
Mà yêu mến thêu thành gấm kết trăng thề
Khi người cúi vào mắt tôi hồ-lệ-thủy
Đây hé cười cho ngại đổ với thành suy...

TÀN THU

Trên rừng
Cành mây rẽ lá
Chim cất lời ca
Trăng thu tơi tả
Suối bạc chồi hoa
Đường ong trăm ngả
Lan nhìn thiết tha
Sương rơi chan hòa
Chuỗi in nền cỏ
Chuỗi vàng trăm sao

Tàn thu rồi
Thỏ nhấm cành dâu
Vội vàng hơi thở
Tàn thu rồi
Rừng sâu man mác
Tơ vương bàng bạc
Đưa thu qua ghềnh
Vách đá buồn tênh!

ÁNH KHÔI NGUYÊN

Thắp lên vòm cây một ánh khôi nguyên
Thắp lên vành môi một tiếng chim khuyên
Và cung đàn dâng cao sóng trùng dương

Thắp lên đôi mơ một nhánh trăng sao
Thắp lên tình yêu một núi thanh cao
Và lời ca thánh thót ý mừng vui

Em, tóc mây thạch thảo
Chúm chím hai bờ môi

Em, gió hương linh bảo
Ùa ngập tuổi đôi mươi

Thắp lên tình thương một đóa tinh anh
Thắp lên trời xanh một dáng mong manh
Và trái tim em rộn rã tình ca nồng nàn
Và giấc mơ hồng nhuộm thắm má thi nhân

Em, đôi mắt sương trinh
Lung linh một bóng hình
Em, như thơ u mơ
Miên man một phiến tình

THÁNH NỮ VÔ CÙNG

Có những ngày không nắng
Có những ngày không gió
Hừng hực bàn tay
Mùa Xuân trở giấc
Con ong nhỏ đi về
Trong em
Ôi tiếng thơ
Rủ rê lời thề

Bất tận câu kinh
Thập tự giá
Ai ngoan đạo một ngày
Ngã nghiệt trăm đêm
Mê ân ái với người thương

Chúa đâu có bắt quỳ
Buộc tội
Bởi em kiếp người
Bởi Chúa lấy xương ai
Nên Eva cong môi khóc làm nũng

Tội lỗi?!
Sao kêu chi nghe rất gớm
"Nói chi nghe nặng rứa?"
Như con giun con dế giết chết lời thơ
Mê mệt những đường trăng
Đêm thâu trở giấc nằm

Tự thuở cây mới mọc
Mặt trời chưa có
Rừng u minh đầy chướng khí
Con chim chưa có tổ
Ổ rơm chưa người nằm
Chúa bảo ta
Này! Sinh con tạo loài người
Không có ai sao Eva sinh con?
Để muôn năm đời kết tội
Gào kêu ta tội lỗi

Eva. Eva.
Chúa chưa bao giờ
Bắt tội ta

PUBERTY

Mixed media on canvas
24' x 36"
Artist: Hong Khac Kim Mai

NHƯ TÊN CỦA ĐỜI

Có giọt mưa non rưng rức đâu xuân
Có cuống liễu xanh tươi-cong-mày-tằm
Có chút tình si nuôi trong gió kín
(Đốt lửa hong lòng suốt mấy tháng đông)

Anh đã về hơ nóng ngọn anh đào
Anh đã về nhả nhạc phím thanh tao
Tay anh ấm sờ đâu môi cũng nở
Nắng đa tình chết đứng những hàng sao

Vẫn yêu thương đó muôn năm dành dụm
Đất với trời có lúc cũng giao duyên
Là lúc tơ trắng đơm mây thành cụm
Khắn khít nên lời tiếng hót chim quyên

Rất nhỏ nhẻ bông cải vàng đưa đẩy
Mây non cao bay nhanh phất đỉnh đầu
Rất bẽn lẽn đêm nằm nghe vương vãi
Phút đưa tình ong bướm tận thâm sâu

Rồi cây táo sẽ kết trái ngon tươi
Rồi E-và sẽ có như thần thoại
Rồi trẻ thơ lăng xăng trong góc nôi
Rồi rửa đó thế hệ mang tên đời

NHỚ

Thềm xưa rêu mây phủ
Bến hẹn đã xa rồi
Sông xanh chừ nước lũ
Mịt mùng bóng chân hơi

Đôi mơ cao mấy dặm
Sóng biếc cao mấy tầng?
Tình xưa tô chì đậm
Hờn chi mãi không lưng?

Người đi xa rồi đấy
Ai còn lại phòng không
Mưa giăng nghìn ngỏ thấy
Mắt ướt vạn trời đông

Thềm xưa rêu tóc phủ
Nghe sầu rụng lên vai
Tìm ai trong giấc ngủ
Thở vắn năm canh dài

TANGO BLUES

Anh dìu em trong nhịp bước Tango
Tango, Tango Blues
Giữa hơi sương sa mù
Nhạc nở vàng son
Rừng khoan thai
Hương ấm lửa tròn
Em kề vai
Rót mật
Ru linh hồn anh chín ngọt
Nụ lòng
Sướt say sướt say!

Anh nâng em vào tận cung mây
Bước bước lướt ngàn
Du cõi mộng
Nghĩa tào khang
Tango, Tango Blues
Đôi mắt em ngời giọt thiên thu
Tràn câu óng mượt
Lượt là
Ve vuốt cõi đời ta

Như em
Thơm nức dương cầm
Non tươi áo lụa
Thân rũ mềm yêu thương
Êm như nhung
Êm như nhung ...

CHO CHỒNG, CHO CON

Anh cởi áo ngồi xuống đây em lau lưng cho
Đường đi xa trời xứ nóng như hỏa lò
Xem chừng hôm nay trên sở rất nhiều việc
Thấy anh buồn thở mãi em muốn theo lo

Đường kim này em dùng vá áo cho anh
Đêm dù khuya mai dù sớm không nỡ đành
Vợ chồng mình yêu thương nhau hoài anh nhé
Em sống suốt đời để chăm sóc cho anh

Cơm nước dọn cả rồi anh muốn ăn chưa
Chị làm công nấu anh chê nuốt không vừa
Em biết anh làm nũng thích đòi tay vợ
Cái gì cũng em cũng mai anh mới ưa

Tối nay anh bắt tắt đèn đi ngủ sớm
Công việc bộn bề em vẫn chiều anh hơn
Vì yêu vì thương em cũng thèm ân ái
Thân thể này trời chỉ dành cho anh thương

Ngừng một phút đi anh, nghe con khóc kìa
Tật con thèm sữa đòi ăn lúc đêm khuya
Thôi ngừng nghe anh, nâng đầu cho con bú
Ngực này anh hôn còn sữa chừa cho con thơ

ĐÊM DÀI

Những con mây mùa thu
Buồn tê tái ru lòng khách vào cơn mê ngủ
Tình lý tưởng ngày xưa hằng ấp ủ
Qua một mùa đổ nát chòi hoang
Nhạc cuồng loạn
Bước chân chuyếnh choáng
Say vì rượu
Hay say vì sầu-nhân-thế hử?
Đầu mệt mỏi kê lên bờ tư lự
Chòm-sao-vỉa-hè mờ tối không xóa nổi bóng
    tương tư
Buồn vươn liễu rũ đêm dài sao cơn mê không dứt
Buồn vươn liễu rũ trăng tà sao men say còn rạo rực
Còn háo hức?

LỜI MƯỜI CHÍN

Tôi đang đi trong màn đêm
Trời mờ không sao
Gió đưa cành lá nghe buồn đi dần vào hang
mã não
Bước chân nghiêng ngả theo dấu vạn hành tinh
Đêm âm phủ đoàn quỷ sứ vô hình
Gọng kềm siết cổ buông từng câu uất nghẹn

Đào mồ sâu chôn mối tình không vẹn
Đôi mắt buồn ngó lại thâm-cung-toà-dĩ-vãng
Tôi thấy chán
Cuộc đời bằng san hô ly rượu vàng sủi bọt
Nên giả dối muôn đời che khuất đôi mắt
Sau bức màn pha lê bề trái phơi trần lộ liễu

Đeo kính vào mà xem ngọn thuỷ triều đang cuốn
ra khơi
Tòa lâu đài xây trên cát vàng son tội lỗi
Phá song sắt nhà tù giam linh hồn mong đổi lốt
Tròng mắt thuỷ tinh đâm thủng vòng khóa
nạm ngọc
Tình yêu đâu giẫy chết con tim khóc căm hờn

Lời rên mười chín thoát địa ngục ôm ấp ngọn đèn
phù thủy
Nghĩa địa tâm hồn giá rét cuồng si
Vành môi mặn hớp từng hớp thạch nhủ

CHO TRÒN GIẤC NGỦ

Dỗ em đi anh
Dỗ cho kiếp sống vụn dày này an nghỉ
Dỗ cho trời cao xanh phải khóc
Em hôm nay như con trâu cày hừng đông mệt mỏi
Em như đá cổ sơ xôn xao ngày nhật thực
Có nghĩa lý gì một trăm năm đàng sau lưng hay
    đàng trước mặt
Quả bóng vỡ đi rồi và xà bong tan trong nước
Em chán chường quá trời ơi làm sao anh biết được

Dỗ em đi anh
Bàn tay ân cần ve vuốt
Em bán linh hồn từ muôn kiếp trước
Không còn chi để lại cho anh

Dỗ em đi anh
Mộ dài xanh cầm canh tóc cỏ
Nửa đời em thuyền ngữa nước bơ vơ
Có ai nghe tiếng gọi sông hồ
Có ai nghe cá bạc đang chờ con sao sủng ái
Em chắp tay mà khấn mà lạy mà cầu
Cho nắng dãi ngàn dâu
Em dâng khay trầm mặc
Miếng đèn phù du thâm quầng trên bốn phía
Xin ai đừng xẻ rộng vết thương

Dỗ em đi anh
Ngựa hồng té bên kia sông
Vòng đai đã thắt
Oán hờn xây tên dày khuôn mặt

Dỗ em đi anh
Dỗ em đi anh!

RU ANH ĐỜI ĐỜI

Em như giọt nắng vào thu
Ươm trong khoé mắt hoang vu nỗi buồn
Em như sóng vỗ đại dương
Ru anh vô những thiên đường thật xa
Em làm võng bạc kiêu sa
Ru anh ru cả phong ba đời mình

À á à ơi. À à à á à ơi
Tiếng võng đưa tình như hình với bóng
Tiếng sóng dập dồn đưa hồn về đâu
Cùng nhau ta đi vào đêm sâu
Nghiêng vai cho em tựa đầu
Cùng nhau ta vô rừng mưa ngâu
Ôm anh nhoà lệ mắt nâu em rồi

Em làm võng nhạc sương rơi
Nghe trong tâm thức ru anh đời đời

HÀNH TRÌNH

Mai cao trên núi đốn về
Đường sâu biêng biếc ưng kê lưng anh
Chồi son sắc nở trên cành
Khẳng khiu thân gió trăng mành đêm Xuân
Cho em thoát lốt nhu thuần
Với anh ân ái ngực trần khuya nay
Rằng số kiếp đã an bày
Ai xui anh đến rừng dày thương em

Hồn trôi nước quáng lênh đênh
Em xuôi theo sóng đầu ghềnh trăng hoang
Hương xưa sắc luống phiêu tàn
Xác thân làm vợ kinh hoàng xương mai
Ru con ru giấc tâm đoài
Ru anh sương khói đục lời yêu thương

LỐI MÒN DĨ-VÃNG

Còn đâu nữa những ngày anh yêu tôi
Câu chuyện ngày xưa chừ đã xa rồi
Nhắc lại làm chi ân tình sầu muộn
Câm nín cho lòng đủ chán chê thôi.

Còn đâu nữa những nụ cười trên môi
Cánh thiệp hồng đây còn chi để nói
Ngày mai anh đi và đi — đi mãi
Muôn ngả đường dài tôi chúc anh vui.

Tôi chỉ giận tôi những ngày xưa ấy
Nhốt hình hài trong ngục tối cô đơn
Tìm dĩ-vãng soi bóng mình chỉ thấy
Khoảng trống ưu tư chen lẫn tủi buồn.

TÂM TƯ

Hạt buồn nhỏ giọt lên phím tơ
Nghe hồn rưng rưng chảy lệ mờ
Nghe bóng cô liêu dài tiếng nhạc
Nghe dạ thẩn thờ với ý mơ

Chừ dìu tâm tư đi trong sương
Cho đàn vang tiếng nơi xa phương
Cho ai thấu giùm trang tâm sự
Cho úa phai dần vạn tiếc thương

Có người ngồi đây tóc ngang vai
U buồn chảy xuống gáy lưng dài
Đêm khuya buông mình trong tiếng vọng
Hơi thở dập dồn thoát ý mai

Nghìn năm lời ca không ai quên
Giờ đây mưa nắng qua vai em
Thân xác gầy ngày thêm mòn mỏi
Gọi nhạc này bằng bản-không-tên

MƯA ĐÊM

Mưa đêm rả rích
Từng hạt nước rơi rơi
Âm thanh buồn áo não
Mái nhà tranh dột nát ướt áo thân gầy
Gió thổi lành lạnh
Ánh đèn dầu leo lét chập chờn
Buồn cho mình mãi kiếp cô đơn...

Đêm nay,
Ngồi đây,
Lặng nghe mưa rơi đây
Mình ngỡ lòng mình đang thổn thức
Một hạt mưa, hai hạt, ba hạt
Một giòng nước mắt, hai giòng, ba giòng
Tuôn xuống má
Đôi bàn tay gầy guộc
Quờ quạng trong đêm thâu

Mái tóc dài rũ xuống dáng âu sầu
Đôi mắt huyền mở rộng
Cặp môi hồng mấp máy
Ước gì mình đừng nghĩ ngợi suốt đêm nay

VIỄN HÀNH

Con thuyền lờ lững trôi
Một giòng nước bạc mấy năm rồi
Ơi cô lái chít khăn diêu hâu xinh xinh
Ơi tiếng hát bên đình đân tan trong gió
Khách phương xa dừng chân trên nệm cỏ
Đây thôn xóm nghèo chợ nhỏ dâng niềm thương
Nhớ quê hương ơi cách xa muôn dặm đường
Hồn lữ thứ nghe tiếng chuông chùa buồn vời vợi…

NGÀY HẤP HỐI

Tình yêu không tròn câu
Hồn ta không bến đậu
Giòng thời gian trôi lênh đênh
Mắt ta sầu giăng mông mênh
Tay ngơ ngác buồn
Mà thân đang quị xuống
Ta ngửa mặt sửng ngó trời cao
Sửng nghẹn ngào
Con nước mờ xuyên qua lời thở
Ta mửa máu mà gắng kết lời thơ
Gom từng ý ngọc
Vì ngọc ta chuốt là ngọc-vũ-đình
Vì thơ ta ca là thơ-thượng-uyển
Chợt nửa cơn mê ta khàn cả tiếng
Mệt ứ cả người
Ta gọi tên Đời
Nghe hồn những lạc, phách những xiêu
Nghe ớn thấu mây triều sóng dại

NGÀY LẠNH BẾN TIÊN SA

Ngó hoài
Không chán mắt
Vành vương miện
Kết trên đỉnh đầu núi
Em nói đó là cô dâu

Cãi hoài
Không mỏi miệng
Vành khăn đóng
Anh kêu là chú rể
Em nói đó là biển sâu

Run hoài
Trên bãi vắng
Gió mùa đông
Vi vu cành dương liễu
Nâng niu tình yêu ban đầu

Che hoài
Cát vẫn bay
Trời vẫn say
Áo dày không đủ ấm
Mình hôn nhau cho lâu lâu

RỒI MAI SAU

Rồi mai sau không còn ngày hôm nay
Con tàu ra khơi xa bờ muôn hải lý
Đời người không níu nổi thời gian bay
Ai áo trắng nên giữ buồn thi vị

HOÀNG CẦM

Hà Nội ngày XX/XX/XX

Kính mến gửi Bà Hồng Khắc Kim Mai

Thưa Bà,

Người Việt nào phải rời xa quê hương cũng mang theo trong tâm mình gió và mưa, nắng và sương, bình minh và bão tố, hoàng hôn và đêm trăng thoảng mùi dạ lan hương và những trưa hè oi ả, nhất là mùi ổ rơm đêm đông miền Bắc, tiếng chèo khua sóng của những con thuyền độc mộc trên Tiền Giang, Hậu Giang và... còn bao nhiêu bóng dáng nữa... mà một bức thư ngắn không cho phép tôi kể hết.

Mới đọc qua một lượt bốn bài thơ Bà trao gửi, trước hết tôi cảm tạ những giòng chữ đầy nhạc điệu, gợi cho tôi những xúc cảm trong trẻo, nhè nhẹ buồn như một cái gì rất mong manh thủ thỉ trong khoảng trời xanh bao la, vô tận.

Có một niềm rung động nhuốm vào lòng tôi một gam màu gì đó rất xưa và rất xa bằng những ngôn từ vừa cổ kính, vừa tân kỳ, bằng âm điệu bâng khuâng, dìu dặt, tiêu dao mà long lanh một nỗi đau xa vắng.

Tối qua 18/10, tôi có vài người bạn thơ, 1 già 1 trẻ đến chơi nhà. Nhân dịp, tôi có khoe những bài thơ của Bà. Mấy anh em cùng đọc kỹ và có chung một nhận xét. Cảm tưởng đầu tiên của chúng tôi là những bài thơ ấy vẫn còn giữ được phong cách Việt Nam, khác với khá nhiều bài thơ của anh chị em người Việt ở Mỹ, Pháp, Úc, Đức v...v... mà chúng tôi được đọc trên các tạp chí như Hợp Lưu, Diễn Đàn, Thế Kỷ 21, là những bài thơ quá "mô đéc"" đến mức xa lạ, khó hiểu, hoặc hiểu được thì lại như vô nghĩa, vì ngôn ngữ xa lạ với tâm hồn Việt Nam.

Đó là cảm tưởng chung, còn về nghệ thuật thơ của Bà, cũng có mấy ý kiến cho rằng:

-Thơ Bà có xúc cảm chân thực

-Thơ giàu nhịp điệu, dễ cảm, nhiều đoạn trầm bổng như những giai điệu ca khúc trữ tình. Với một số đoạn thơ như thế, một nhạc sĩ nào đó có thể dễ dàng phổ thành ca khúc hay, "des chansons lyriques pleines d'harmonie et de rêves".

Ngôn ngữ Việt Nam là ngôn ngữ của Ca và Âm Nhạc. Bà lại là một nhạc sĩ nên tôi tin những tác phẩm thơ của Bà rung lên một vùng thanh âm, những tác phẩm nhạc của Bà đều lấp lánh chất thơ tinh túy.

Xin chúc Bà và quý quyến mạnh khỏe và an khang. Chúc bà có nhiều tác phẩm nghệ thuật đẹp để đóng góp vào kho tàng vô tận của Thi Ca Việt Nam.

Kính mến,

Hoàng Cầm

43 đường L.........,Hà Nội

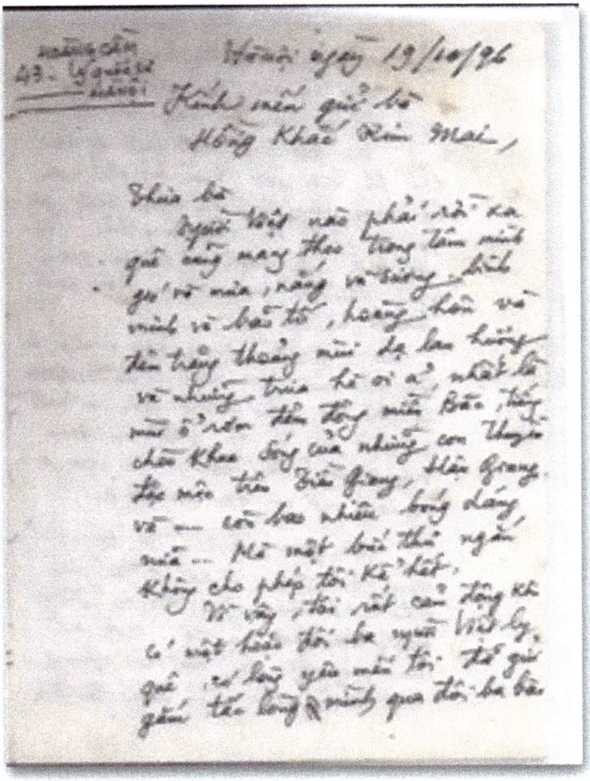
Hà Nội ngày 19/10/96

Kính mến gửi bà
Hồng Khắc Kim Mai,

Thưa bà

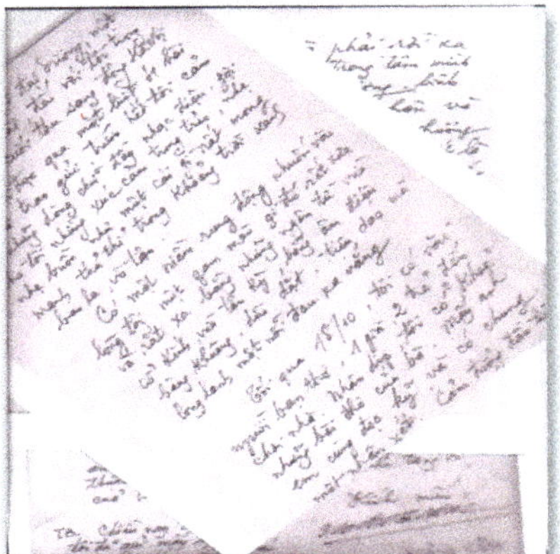

ĐẶNG TIẾN

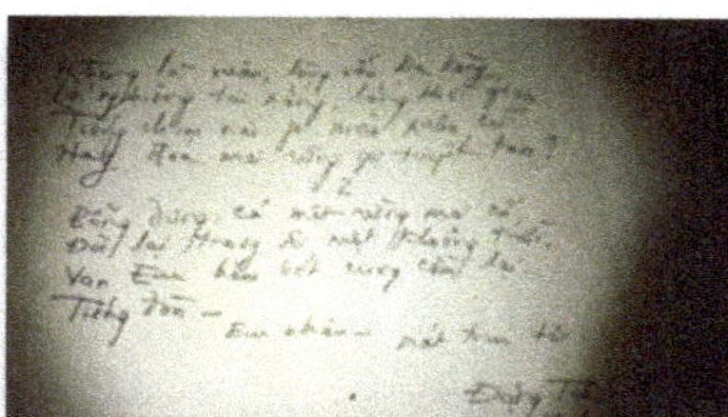

Đọc thơ và nghe nhạc Hông Khắc Kim Mai

Không là Xuân, lòng vẫn dịu dàng,
Lá nghiêng tai nắng, lắng thời gian.
Tiếng chim nào gọi mùa Xuân cũ
Hay đóa mai rừng gọi tuyêt tan?

Bỗng dưng, cả một rừng mai cũ,
Đòi lại trong tôi một khoảng trời.
Van Em hãm bớt cung cầm lại:
Tiếng đàn -
Em nhấn -
Nát tim tôi

Đặng Tiến 01/7/1996

THỦ BÚT BÁC SĨ TRƯƠNG THÌN

VANG BÓNG MỘT THỜI

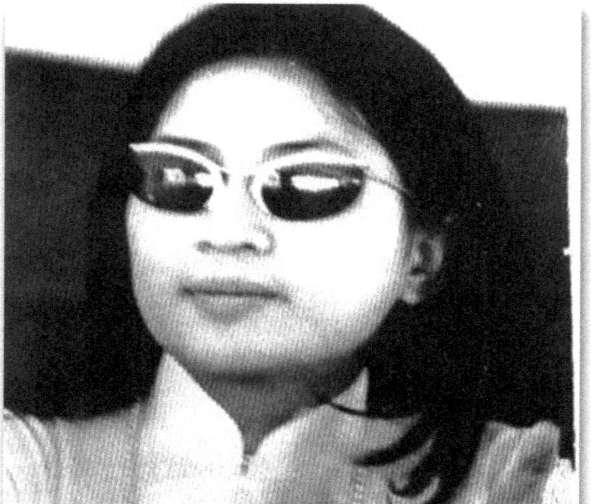

Hình của **UPI**, 1965